Bound by Agreement

Esotericemerald

Ukiyoto Publishing

All global publishing rights are held by

Ukiyoto Publishing

Published in 2025

Content Copyright © Esotericemerald
ISBN 9789370092174

All rights reserved.
No part of this publication may be reproduced,
transmitted, or stored in a retrieval system, in any
form by any means, electronic, mechanical,
photocopying, recording or otherwise, without the
prior permission of the publisher.

This is a work of fiction. Names, characters, businesses,
places, events, locales, and incidents are either the
products of the author's imagination or used in a
fictitious manner. Any resemblance to actual persons,
living or dead, or actual events is purely coincidental.
The moral rights of the authors have been asserted.

This book is sold subject to the condition that it shall
not by way of trade or otherwise, be lent, resold, hired
out or otherwise circulated, without the publisher's
prior consent, in any form of binding or cover other
than that in which it is published.

www.ukiyoto.com

Dedication

To our Almighty God, I am beyond grateful for this opportunity.

And to those who believe in love—this is for you.

"I WILL never marry you, over my dead gorgeous body," Astrid said as she rolled her eyes while looking at Jarren.

"Wow, feisty. I like that," Jarren smirks, which causes Astrid more irritation.

"You know what, Jarren? Just fuck your girls and leave me alone, puwede ba?"

"Eh paano kung ayaw ko?" Jarren said in a sing-song tone.

"Tatadyakan ko 'yang bayag mo!"

"Huwag naman, paano na tayo magkakaanak niyan kung mabaog ako?" nakangising saad ni Jarren at patuloy na sumunod sa kaniya hanggang sa makarating siya sa kusina ng kanilang bahay.

"Bukas, pag uusapan ang tungkol sa kasal, Astrid. We have to be there like good and obedient children kung ayaw mong bumangon sa hukay ang mga Lolo natin para lang maikasal tayo."

Jarren is her stressor but, unfortunately, also her soon-to-be husband, according to the promise of his grandfather to Jarren's grandfather. Magkalapit na magkaibigan kasi ang dalawang matanda, bago ito namatay ay sumulat ito ng isang kasunduan sa pagitan ng kanilang mga pamilya na pagtuntong sa tamang edad at makatapos ng pag-aaral ay ikakasal sila ni Jarren.

"Bakit ba kase ikaw pa ang mapapangasawa ko? If you were Warren—"

"My brother doesn't like you," mariing putol ni Jarren sa kaniya.

Madilim na ang mga mata at nakaigting pa ang panga.

"He likes me—"

"As a friend, yes or maybe… as a sister, a sister-in-law," pang-aasar ni Jarren.

Napakuyom ang mga kamao ni Astrid at masamang tinignan ang lalaking kaharap na para bang masaya pa sa mga nangyayari. Mukhang nakakalimutan ata ni Jarren ang buhay nito sa labas.

"Jarren, I'm telling you, if we get married,. Hindi mo na makakasama ang mga babae mo, matatali ka sa—"

"I don't need them," putol nito sa kaniya. "I only need you."

Umawang ang labi ni Astrid dahil sa narinig.

"Don't play with me, Jarren; don't even try to use your disgusting charm on me!" inis na bulyaw niya rito ngunit nginisian lang siya ng lalaki.

"Susunduin kita bukas, sabay tayong pupunta sa hotel kung saan pag-uusapan ang kasal natin. And don't even try to hide; I can find you. Marami akong mata," wika ni Jarren sa harapan niya at kumuha pa ng mansanas sa kusina nila saka siya binigyan ng makahulugang tingin bago umalis.

Napabuntong hininga na lang si Astrid nang makaalis si Jarren. Naiinis siya dahil ni hindi man lang tumututol si Jarren sa kasal nila kahit alam naman nitong hindi sila compatible sa isa't-isa.

She's twenty-two, while Jarren is just twenty-seven; they have a five-year gap, samantalang ang kapatid naman ni Jarren na si Warren ay twenty-three pa lang at kasalukuyang nasa ibang bansa at doon nag-aaral at nagtatrabaho.

Si Warren ang gusto niya; tanging si Jarren at ang best friend lang niyang si Mika ang may alam noon. High school pa lang kasi siya ay may paghanga na siya kay Warren, bukod kasi sa guwapo ay butihing estudyante pa ito, magalang, masunurin, mabait, at hindi babaero. Hindi katulad ni Jarren na mukhang inom, babae, at paglustay ng pera, ni hindi nga niya alam kung paano ito nakagraduate noon ng kolehiyo sa kursong engineering. Ang sabi naman ng mga kaklase ni Jarren ay matalino raw ito kaya nga lang ay tamad—at iyon ang pinaka ayaw niyang ugali.

Dalawang araw ang day off niya sa trabaho sa kumpanyang pagmamay-ari ng kanilang pamilya, ang Angeles Corporation. Matapos niyang magtapos sa pag-aaral sa kursong arkitektura, dito agad siya pinagtrabaho ng kaniyang ina.

Gabi na nang makauwi ang mga magulang niya mula sa trabaho; kasalukuyan silang sabay-sabay na kumakain sa mahabang lamesa habang pinagsisilbihan ng ilang katulong nang magsalita ang kaniyang ina.

"Astrid, I heard Jarren went here a while ago. I'm glad that you and Jarren are getting along well, anak," nakangiting sabi nito.

Napahinto tuloy siya sa pagkain upang balingan ito ng tingin. "Mommy, you know I dislike Jarren—"

"But soon you will learn to like him, Astrid," putol ng kaniyang ama.

Natahimik tuloy siya, binuka ang bibig niya upang muling magsalita pa sana nang muli na naman na unahan siya ng kaniyang ama.

"We should discuss this tomorrow. Be there, Astrid. You know how much this means to your lolo," saad ng kaniyang ama.

"Dy, don't pressure our daughter," ani ng kaniyang ina.

"I'm not pressuring her, Amy. I'm just saying that she has to accept it because this is one of our ways to secure her good future."

Hindi naman sila mahirap, ngunit ang ama niya ay todo kayod na bata pa lamang siya. Wala naman siyang kapatid, at maayos naman ang buhay nila, ngunit siguro nga masyado lang siyang mahal ng ama para gawin ito.

Kinabukasan, suot ang isang light makeup, isang semi-formal na kulay brown na fitted dress, mataas na sandals, at maliit na purse, bumaba siya ng kuwarto. Sakto rin naman at naroon na si Jarren na naghihintay sa kaniya.

"Let's go? "Ani Jarren na may ngiti sa labi habang nakalahad ang palad sa harap niya ngunit imbis na ilagay roon ang kamay niya ay nilampasan niya si Jarren at tumungo na sa labas. Narinig niya ang tawa nito, ngunit hindi niya na muling binalingan ng tingin pa si Jarren.

Hanggang sa sasakyan ay tahimik lang siya.

"Why are you so quiet? " tanong ni Jarren nang makarating na sila sa hotel.

Nang sumakay sila sa elevator ay saktong walang tao kaya naman doon niya na hinarap si Jarren.

"Isn't it obvious? I don't like to be here; I don't like where this conversation is going," aniya saka pinag krus ang mga braso sa dibdib.

"Ayaw mo talagang makasal sa'kin, hano," ngisi ni Jarren ngunit bakas sa mga mata nito ang dumaang kakaibang emosyon na hindi niya mapangalanan.

"Bakit? Ako lang ba? Ikaw rin naman, diba? Ayaw mo ring matali for sure. I don't even know why you're agreeing with this. Bakit nga ba? Para sa thrill? Para ibang babae naman? " tanong niya saka tumingkayad upang hamunin ng tingin si Jarren.

"Naubos mo na ba ang mga babae sa bar mo kaya't ako naman ang gusto mong ikama?" mariing tanong niya, ngunit natigilan siya nang maramdaman ang likod ng mga daliri nito na inihimas sa kaniyang pisngi. Pinantayan ni Jarren ang titig niya, na nakapagbigay naman ng kakaibang kaba sa kaniya.

"Ang ganda ganda mo, pero manhid ka," bulong ni Jarren na nakapagpakunot ng noo niya, ngunit bago pa man siya muling makapagtanong ay nagsalita si Jarren, dahilan ng paglaglag ng panga niya.

"Ganiyan pala ako karumi at kasama sa isip mo? But to answer your question, maybe… yes, I want you. I want you to be under me… every fucking night," ani Jarren saka bumaba ang tingin sa katawan niya. Hindi maunawaan ni Astrid, ngunit nagpatindig iyon ng mga balahibo niya sa hindi malamang dahilan.

Bumukas ang elevator, hudyat na nasa tamang palapag na sila. Walang tingin na lumabas siya ng elevator saka nagtungo sa silid kung saan sila nakatalagang mag-diskusyon.

"Jarren and Astrid, what do you think about the motif? Isn't it elegant? " tanong ng isa sa mga kamag-anak ni Jarren. Napipilitang ngumiti at tumango naman siya. Katabi niya ngayon si Jarren habang kumakain sila kaya naman tila bigla tuloy siyang nawalan ng panlasa. Hindi pa rin niya nakakalimutan ang mga sinabi nito kanina.

"Finish your food," mahinang wika ni Jarren sa gilid niya.

"I'm full—I'm full of this bullshit wedding," mariing bulong niya.

"Shh, your mouth," suway ni Jarren sa kaniya.

"The wedding will be in five months from now; I'm so excited! "

"Ako nga rin, very ready to settle down na rin naman si Jarren, I'm looking forward to my future grandchildren with them," wika ng ina ni Jarren na nakapagpasamid kay Astrid; agad naman siyang inabutan ng tubig ni Jarren. Hindi niya ito tinanggap at sa halip ay tumayo na upang magpaalam sa mga kamag-anak nila.

"I need to go, I'm sorry, I still have some errands to do, po," aniya kahit ramdam niya ang mariing titig ng kaniyang ama.

"Ihahatid ko na po siya, Tito, Tita," ani Jarren kaya napatingin siya rito, ngunit siguro nga ay kailangan niya rin na makasama si Jarren dahil hindi naman siya agad makakaalis dito kung hindi niya ito kasama.

"Okay, son, ingat kayo. Maybe we'll just discuss the other details some other time."

Nang makalabas sa silid na iyon si Astrid ay tila pakiramdam niya ay saka pa lang naging maayos ang kaniyang paghinga. Nang makababa sila sa parking lot ay hinarap niya si Jarren.

"Wala ka talagang plano na pigilan ang kasal natin, noh? What if I tell your parents that I don't really like you and I'd rather marry Warren than you? Ganoon pa rin naman, Juarez pa rin naman ang pakakasalan ko."

"You can't do that."

"I can—"

"No, you can't. Magagalit ang dad mo, at isa pa nakasaad doon sa sulat na ako ang dapat na ikasal sa'yo at hindi ang kapatid ko," malakas ang kompyansang saad nito.

"Ugh!" frustrated, na saad na lang ni Astrid habang nakasabunot ang dalawang kamay sa buhok. Natigil lang siya nang lumapit si Jarren at marahan nitong alisin ang pagkakasabunot niya sa kaniyang buhok.

"I understand your frustration, Astrid. You've never been in a relationship before, tapos bigla ka na lang ikakasal. I understand kaya naman… for the sake of you and our wedding. I'm willing to be your trial boyfriend."

"What the hell are you talking about? "Gulantang na tanong niya.

"Let's pretend to be in a relationship para mapaghandaan ang kasal; we'll show them that we tried, so that after a year of being married we can tell them that we didn't click, na maghihiwalay na tayo dahil hindi na natin mahal ang isa't-isa." Napaisip siya sa sinabi ni Jarren, ngunit sa kabilang banda ay baka pakulo lang ito.

Nais niya ng sumang-ayon ngunit nagdadalawang-isip pa siya.

"I will also help you with Warren," dagdag ni Jarren na ikinalaki ng mata niya.

Totoo ba ito? Ang alam niya ay hindi siya gusto ni Jarren sa kapatid nito.

Tumikhim siya saka sandaling nag-isip-isip. Hindi niya gustong magpadalos-dalos, ngunit maganda at maayos naman ang plano ni Jarren kaya…

"Deal, but on one condition…"

Jarren swallowed hard before he nodded.

"What is it?" Diretso niya itong tinitigan bago sinabi ang kondisyon.

"No sexual intercourse. I want to give my virginity to the person I really love, not to the person I am just forced to be with."

Akala niya ay tatanggi si Jarren, ngunit laking gulat niya nang maliit lang itong ngumiti bago tumango sa kaniya.

"Deal."

Nakasakay ngayon si Astrid sa kotse ni Jarren upang ihatid siya nito sa kanilang bahay. Matapos ang kasunduan nila ay medyo naninibago siya sa pagiging tahimik ni Jarren; hindi siya nito inaasar, hindi katulad ng nakasanayan, na ipinagtataka niya.

"Jarren."

"Hmm? " tugon nito na tila malalim pa rin ang iniisip.

"What's wrong? Don't tell me nagbago na ang isip mo sa kasunduan natin dahil sa—"

"Silly, I'm just thinking and planning about our future dates," ani Jarren at muli ng nanumbalik ang ngisi nito sa labi.

"Dates?"

"Yes, to show our family that we're really getting along, and by the way. Ako na rin ang maghahatid at susundo sa'yo sa trabaho," ani pa ni Jarren.

"Well, fine. Boyfriend duties, huh? Pero ano pa lang sasabihin ko kila mommy if ever they asked kung paano naging tayo?"

"Just tell them that we fell in love with each other."

"I don't think they'd believe that," Astrid said with her forehead creased.

"Not unless we show them," wika ni Jarren.

Nang nakarating sa tapat ng bahay nila ay pinagbuksan pa siya ni Jarren ng pintuan ng kotse.

"Good night, Jarren," aniya saka tumingkayad upang halikan sana si Jarren sa pisngi ngunit humarap ito kaya't imbis na sa pisngi ay sa labi niya ito nadampian ng halik.

"Sweet. Good night, love," ani Jarren na nakapagbigay na naman ng kakaibang kaba sa kaniyang dibdib.

"What 'love' are you talking about?"

"We need endearment; we're a couple now, remember?"

"Oh. Right."

Umismid siya saka umalis na sa harapan ni Jarren; kumuway pa ito ng isang beses sa kaniya bago tuluyang umalis. Nang makapaglinis ng katawan at makahiga sa malambot niyang kama ay doon lang niya napagtanto ang kasunduang ginawa sa pagitan nila ni Jarren.

Umaasa siyang sana lang ay hindi siya ang talo sa larong ito, at sisiguraduhin niya iyon, lalo pa at alam niyang si Warren ang gusto niya at hindi si Jarren.

Kinabukasan, nasa tapat na agad ng bahay nila ang kotse ni Jarren para ihatid siya patungong trabaho. Nang makababa mula sa kuwarto ay hindi na siya nagulat nang mainit itong tanggapin ng kaniyang mga magulang; gustong-gusto kasi ng mga ito si Jarren.

"Hija, Astrid, there you are. Susunduin ka raw ngayon ni Jarren? That's new, nabigla ako," saad ng mommy niya saka tumawa. Ngumiti ang daddy niya kay Jarren.

"Please take care of my daughter slash your future wife, son," bilin ng kaniyang ama.

"No problem po, Tito," anito.

Nang makasakay sa kotse ni Jarren ay nagulat siya nang makitang mayroon doong breakfast meal mula sa isang restaurant.

"What's that for?"

"I know you don't eat breakfast at your house; that's why I bought you something. Just eat it in your office."

"Tsk, I appreciate your kindness and effort, but I want to remind you that you do not have to do this every day, Jarren."

"Boyfriend duties—"

"Still," pagmamatigas niya kaya naman bumuntong hininga na lang si Jarren.

Nang makababa sa kotse ni Jarren ay may mangilan-ngilang empleyado pa ang nasa labas at mukhang papasok pa lang din sa trabaho; nagulat pa siya nang ayusin ni Jarren ang suot niyang coat.

"Your employees are watching; mind if we make a little scene here? " tanong ni Jarren at yumuko sa kaniya.

"I… I don't mind," nauutal pang sagot niya at halos mahigit niya ang sariling hininga nang dampian siya ng isang magaang halik sa labi ni Jarren bago siya nito muling hinalikan sa noo.

"I love you, Astrid," bulong ni Jarren na nakapagpalakas ng tibok ng puso niya.

Ngunit nang humiwalay na ito sa kaniya ay saka lang niya napagtantong akto nga lang pala ang lahat. Hindi totoo, at ginagawa lang nila ito para mapaniwala ang mga pamilya nila at ang ibang tao. Habang nagtatrabaho tuloy si Astrid ay hindi siya makapag-focus ng maayos dahil doon.

Ramdam niya ang sinseridad sa boses ni Jarren na para bang may nararamdaman talaga ito sa kaniya, ngunit agad din niya iyong inaalis sa isip dahil sa kasunduan nila.

Imposibleng magkagusto sa kaniya si Jarren dahil bata pa lang sila ay pinakikita niya na ang disgusto dito, tinatarayan niya na noon pa man si Jarren at madalas pa ay pinipilosopo kaya impossible naman na magustuhan siya nito?Pilit niyang pinagsisiksikan sa isip ni Astrid hanggang sa matapos ang araw niya at muli na naman silang magkikita ni Jarren upang ihatid siya pauwi.

Mukhang galing din ito sa trabaho base sa suot nitong polong itim na nakatupi hanggang siko, nang lumapit sa kaniya si Jarren para kuhanin ang bag niya at gumapang ang kamay nito sa maliit niyang bewang ay bahagya pa siyang natigilan. Hindi siya sanay sa ganitong trato ni Jarren sa kaniya.

"How's work, mahal?"

"Jarren, wala namang taong nanonood—"

"Paano ka masasanay kung hindi natin ipa-practice? Come on, Astrid. Kapag naiilang kang ganiyan, baka isipin kong…" pabitin na wika ni Jarren, mahina niya itong binatukan.

"Isipin mong ano? Don't even think about me falling for you, Jarren. Alam mo na simula pa lang na si—"

"Don't mention his name, please?"

Natigilan siya sa mababa at malumanay na pakiusap ni Jarren kaya naman napabuntong hininga na lang siya bago tumango at sumakay na sa kotse nito.

"We'll date every weekend; I'll manage everything," ani Jarren nang makarating sila sa bahay.

"Tsk, fine."

"Come on, you'll enjoy it, pumasok ka na. Good night, mahal," wika ni Jarren bago siya hinalikan sa labi at ang huli sa noo. Ito na naman ang kakaibang kiliti na nararamdaman ni Astrid sa kaniyang kalooban tuwing ginagawa iyon ni Jarren sa kaniya.

Sa ilang araw na ginagawa iyon ni Jarren ay napapansin niyang hindi na ito madalas maglagi sa bar na pagmamay-ari nito.

Mayroon pa rin siyang breakfast meal tuwing umaga galing kay Jarren, at minsan nga ay hindi na rin niya maintindihan ang sarili, ngunit unti-unti na rin siyang nagiging komportable sa presensya nito at sa pagiging malambing kahit wala namang nakatingin.

"Ingat," aniya kay Jarren nang ihatid na naman siya nito sa trabaho.

Hindi na niya hinintay pang yumuko ito sa kaniya dahil tumingkayad na siya upang maabot ang labi ni Jarren. Nang humiwalay siya ay nakitaan niya ng kakaibang kislap ang mga mata nito, ngunit saglit lang ay napalitan iyon ng isang malaking ngiti sa labi bago siya muling mariing halikan sa labi at noo.

"I love you," bulong ni Jarren. At muli ay naramdaman na naman niya ang mabilis na tibok ng puso kahit na palagi naman itong sinasabi ni Jarren bago siya pumasok sa trabaho.

"One night lang ba kayo sa resthouse na iyon, Astrid?" tanong ng mommy niya nang dumating ang araw ng sabado.

"Yes po, mommy," aniya nang pumasok si Jarren upang mag-bless sa kaniyang mga magulang.

"Mag-ingat kayo," nakangiting saad ng kaniyang ama. Lumapit sa kaniya si Jarren upang kuhanin ang bag niya, at naramdaman niya ang pag siklop ng kamay nito sa kaniya.

"Opo, mauna na po kami ni Astrid, Tita and Tito," magalang na paalam nito sa mga magulang niya.

Tatlong oras ang byahe, kaya naman nag-stop over muna sila saglit upang kumain sa isang restaurant na nadaanan.

Pinaghila siya ni Jarren ng upuan, at habang kumakain ay hindi niya maiwasang mag-isip sa mga inaakto ni Jarren.

"Jarren, kailan uuwi si Warren?"

Nagkibit balikat si Jarren saka siya nilagyan pa ng dagdag na steak sa plato.

"I don't know yet; he's busy."

Nang makatapos kumain ay palabas na sana sila sa restaurant nang may babaeng nakabungguan si Jarren.

Malaki ang ngiti ng babae nang magtama ang paningin nito kay Jarren.

"Oh, hi, Jarren!"

"Uh, hello. Nice seeing you here, una na kami," ani Jarren at kinuha ang kamay niya. Hindi naman na nagtanong pa ang babae kaya naman nang dire-diretso silang pumunta sa kotse ay tinanong niya si Jarren.

"Who's that?"

"Classmate ko before."

"Bakit kung makaiwas ka parang hindi lang classmate?" usisa niya nang mag simulang mag-drive si Jarren.

"Fine, she's been my fling before, and I don't want to associate myself with her anymore."

"Why?"

"Because I don't want my fiancé to get jealous," ani Jarren saka siya saglit na binalingan ng tingin.

Astrid scoffed.

"Why would I? Don't be so full of yourself, Jarren. I don't have feelings for you," aniya na mas lamang ang pagpapaalala sa sarili kaysa kay Jarren.

"We'll see, love. We'll see," Jarren said and winked at her.

Nang makarating sa rest house na sinasabi ni Jarren, ay hindi maiwasang mamangha ni Astrid dahil sa payapa at ganda ng lugar, lalo na ang matatayog na punong niyog, maliwanag na kalangitan, masarap na simoy ng hangin, at asul na karagatan.

Pagkatapos nilang mailagay ang mga gamit sa tutuluyang silid ay nauna siyang naglinis ng katawan kay Jarren upang magpalit ng isang two-piece swimsuit, ngunit dahil wala pa siya sa wisyo para maglangoy ay pinatungan niya muna ito ng isang cover-up. Nasa loob pa ng banyo si Jarren nang iwanan niya ito sa kanilang silid.

Ramdam niya ang mga pinong buhangin nang alisin ang suot na sapin sa paa. Umupo siya sa sun lounger para sana magpahid ng sunscreen, ngunit sandali siyang napahinto nang makita si Jarren mula sa hindi kalayuan. Wala itong pang-itaas na damit at tanging black na board shorts lang ang suot. Nakangiti ito habang tinutulungan ang isang batang lalaki na magbitbit ng ilang timba na may mga lamang isda.

Napangiti siya; hindi niya alam na may ganitong matulungin na ugali pala si Jarren. Nang matapos itong tulungan ang batang lalaki ay nakita niyang nilibot ni Jarren ang tingin sa paligid na tila ba may hinahanap.

Ngunit bago pa man magtagpo ang mga mata nila ay naharang na ito ng isang babaeng may mahabang kulot na buhok. Maganda ang hubog ng katawan ng babaeng humarang kay Jarren kaya naman wala sa sariling napatingin siya sa sariling katawan.

Maganda din naman ang katawan niya, sakto lang ang laki ng dibdib niya, matambok ang kaniyang pang-upo, malinis at makinis ang maputi niyang balat, ngunit hindi rin niya maitatangging mas maganda pa rin ang morenang babaeng kausap ni Jarren.

Hindi maintindihan ni Astrid ang sarili; ayaw man niyang aminin ngunit nagseselos siya sa tuwing may dumidikit na babae kay Jarren, nakararamdam siya ng biglang inggit, kaya naman nang magkasalubong ang paningin nila ni Jarren ay inirapan niya ito saka hinubad ang suot na sarong at dumiretso na sa dalampasigan.

Wala pang ilang minuto nang maramdaman niya ang dalawang brasong yumakap sa kaniyang katawan.

"What the?!" gulat na bulalas niya.

"Ang daming nakatingin sa'yo kanina, but I can't blame them; you're undeniably gorgeous," bulong ni Jarren na nakapagbigay ng kakaibang kiliti sa kaniya ngunit agad niya iyong inalis sa isip nang maalala na may kausap itong babae kanina.

"Pagkatapos ng babae kanina, ako naman ang bobolahin mo?"

"I don't know that girl, love. I'm sorry, umalis naman ako agad para puntahan ka—"

"I don't need your explanation!" sigaw niya nang biglang humampas ang malaking alon sa gawi nila ay nagulat siya ngunit bago pa man siya mahagip nito ay niyakap na siya ni Jarren.

"Don't be jealous, ikaw lang naman ang babaeng mahal ko," ani Jarren ngunit hindi niya na ito masyadong narinig dahil sa muling paghampas ng alon.

Nang magsawa sa pagbababad sa dagat ay umahon na sila. Dumiretso sila sa kanilang silid upang magpalit ng damit nang natigilan siya dahil sa napansing tattoo ni Jarren sa likod nito sa kaliwang banda ng balikat. Medyo maliit lang iyon kaya't hindi masyadong pansinin kung hindi titignan ng mabuti.

"Jarren, you have a tattoo?" tanong niya at lumapit sa nakatalikod na si Jarren.

Magsusuot na sana ito ng damit nang humarap ito sa kaniya at hindi na muna isinuot ang t-shirt na hawak kanina.

"Yup, college pa 'yan," Jarren said before he licked his lips.

"Why? Why did you put a tattoo on your skin?" Halos bulong na saad niya habang tinetrace ang tattoo nito sa gilid ng likod, it was a crescent moon and an angel's silhouette.

Nang humarap siya kay Jarren ay napansin niyang may isa pa itong tattoo, sa banda naman ng tagiliran nito, maliit lang din iyon ngunit hindi katulad sa likod ay wala itong imahe at tanging sulat lamang sa manipis na font.

"Divinely beautiful," pagbasa niya sa nakasulat dito.When Astrid touched it, she felt like Jarren suddenly ran out of breath, na para bang bigla itong napaso kaya lumayo sa kaniya.

"It was for someone," saad ni Jarren.

"Someone?" Nakakunot noong tanong niya. Parang biglang kumirot ang puso ni Astrid dahil sa kaisipang may nagustuhan noon si Jarren na hindi niya alam. Ang akala niya kasi ay puro laro lang ito noon.

"Yes, someone I dream to be with," wika ni Jarren habang diretsong nakatingin sa mga mata niya.

Nag-iwas siya ng tingin, hindi maunawaan kung bakit tila bigla na lang siyang nakakaramdam ng matinding kabog sa puso sa mga simpleng salita at gawain ni Jarren sa kaniya. Hindi na siya muling nagtanong pa kay Jarren hanggang sa makalabas sila sa sariling silid, kumain sila sa resto, at dahil mahaba pa ang gabi, ay tumungo sila sa isang bagong bukas na beer house. Marami-rami na rin ang tao doon; malakas ang tugtog ng musika habang umiindayog naman ang mga taong nasa dance floor.

"I want to dance," wala sa sariling sabi ni Astrid pagkatapos inumin ang ikatlong baso ng alak na inorder niya.

"I'll go with you," ani Jarren, ngunit umiling ito, hindi ito umiinom ng ganoon karami dahil anito ay kailangan siya nitong bantayan.

"No, I want to dance alone, Jarren."

Hindi na niya hinintay ang pagsang-ayon ni Jarren at tumungo na sa dance floor upang makisabay sa indayog ng musika at ng mga tao.

Wala pang ilang minuto nang maramdaman niya ang paghawak ng kung sino sa bewang niya, at nang malingunan niya ito ay hindi iyon si Jarren, kaya't binalewala niya ito at nagpatuloy sa pagsayaw.

"You're so hot, miss. What's your name?" bulong ng lalaki sa likod niya ngunit bago pa man siya makasagot ay may marahas ng humila sa braso niya upang maialis na siya sa dancefloor.

"Jarren, ano ba?!"

"He's taking advantage of you because of your drunkenness," galit na saad ni Jarren.

Nakalabas na sila sa resto bar kaya naman hindi na ganoon kaingay ang paligid.

"So what?!"

"Anong 'so what'? Astrid—"

"Ganiyan din naman ang ginagawa mo noon, diba? Ano, naiinis ka kase nakikita mo ang sarili mo sa lalaking iyon?!" pang-aasar niya kay Jarren.

Pinalandas naman ni Jarren ang mga daliri sa sariling buhok dahil doon.

"I'm a jerk, dumbass, and whatever, yes! But I don't take advantage of girls; at isa pa noon pa 'yon. I changed!"

"Kita mo? Inamin mo rin! Nakakainis ka, alam mo kung bakit? Ha?" aniya, sabay lapit kay Jarren upang hampasin ito sa dibdib.

"Why?"

"You make me feel these... things! Those were what they called butterflies! I shouldn't because I don't like you, okay? I don't like you! I shouldn't like you; you're my enemy, you're my—"

"You're my future," putol ni Jarren at inayos ang takas niyang buhok saka inipit sa likod ng kaniyang tainga. Natigilan siya at halos mapatili nang kargahin siya ni Jarren na para bang isang sako ng bigas upang dalhin na sa kanilang silid.

"Huwag kang malikot, mahal. Malapit na tayo," ani Jarren at naramdaman niyang inayos pa nito ang buhat sa kaniya.

"Nakakainis ka! Makikita nila panty ko dahil sa ganitong buhat mo sa'kin. Paano kung wala akong suot na panty? Tsk," naiinis na saad niya at hindi na naglikot pa.

Binaba ni Jarren ang suot niyang dress. "They won't see it; ako lang ang makakakita dapat niyan," ani Jarren na nakapagpainit ng pisngi niya.

Nang makabalik sa dating silid ay marahang binaba siya ni Jarren sa kama nila. Nang magtama ang kanilang mga mata ay tila pa walang makapagsalita si Astrid samantalang seryoso lang naman ang titig sa kaniya ni Jarren. Nasa ibabaw niya ito ngayon, napalunok siya nang bumaba ang paningin ni Jarren sa kaniyang labi kaya wala naman sa sariling dinilaan niya iyon na para bang pumutol sa pinipigilang pisi ni

Jarren dahil nang bumaba ito upang halikan siya ay para bang biglang nakalimutan niya ang lahat.

Marahan ang bawat halik ni Jarren na tila ba dinadahan-dahan nito ang bawat galaw ng kanilang labi, nang kalaunan ay natutunan niya ang galaw ng labi ni Jarren kaya napangiti ito nang tumugon siya ngunit nang akmang lalayo na si Jarren ay siya namang kapit ng mga braso niya sa leeg nito upang mas mapalalim ang halik. Nang hindi na makahinga ay saka lang niya pinakawalan ang leeg ni Jarren; ramdam ni Astrid na namumula na ang buong mukha niya kaya naman nag-iwas siya ng tingin, lalo na nang marinig ang baritonong tawa ni Jarren nang lumayo ito sa kaniya.

"Ang galing, fast learner ka, love," ani Jarren kaya't binato niya ito ng unan dahil sa hiya. Naging mabilis ang oras kinabukasan, kaya naman sinulit nila ito sa pamamagitan ng snorkeling at jet skiing. Sinubukan din nilang mag-surfing, at tuwing tumatama ang malakas na alon sa mukha niya ay natatawa siya, gayundin si Jarren.

"Oh my! Jarren!" aniya nang muling nahulog sa surfboard. Agad naman siyang tinulungan ni Jarren at kinarga na para bang bagong kasal. Tumatawa pa siya nang mapahinto dahil sa pagtitig ni Jarren.

"What?" tanong niya.

"Nothing, you're just so beautiful. Divinely beautiful," bulong ni Jarren saka siya hinalikan sa tungki ng kaniyang ilong.

Pagod silang pareho nang maghapon na, ni hindi na niya namalayan pang nakatulog na pala siya sa sofa habang hinihintay si Jarren na matapos maligo. Nagising na lang siyang nasa kama na at nakayakap sa mahimbing na natutulog na si Jarren.

Wala sa sariling napangiti siya at kinuha ang cellphone upang kuhanan ng litrato si Jarren. Naaalala niya bigla ang tattoo nito kaya naman dahil sa kuryosidad ay sinearch niya iyon sa internet at halos mabitawan niya ang cellphone nang lumabas ang resulta: ang mga simbolo at ang sulat na tattoo ni Jarren ay nangangahulugang pangalan niya—Astrid, which means divinely beautiful. Lumakas ang tibok ng puso niya.

Bakit naman siya ipapa-tattoo ni Jarren? Ngunit sa kabilang banda, baka naman nagkataon lang? Nakauwi na ngayon sa bahay si Astrid. Habang nakatingala sa kisame, napagtanto niya sa loob ng mga araw na kasama niya si Jarren ay gumaan ang buhay niya. Napapatawa at pinagsisilbihan siya nito kahit hindi niya hilingin, at iyon ang bagay na sobra niyang na-appreciate kay Jarren.

Ayaw man niyang aminin, ngunit sa tingin niya ay unti-unti na rin na nahuhulog ang loob niya kay Jarren, at hindi niya maiwasan maikumpara ito kay Warren. Si Warren Kase ay kahit malapit ang edad niya rito ay hindi naman sila ganoon ka-close.

Ngayon siya mas lalong napaisip, siguro nga ay mababaw na pagkagusto lang ang naramdaman niya kay Warren? Dahil hindi ito katulad ni Jarren na kaya siyang bigyan ng iba't-ibang emosyon ngunit sa huli ay napapatawa pa rin siya, at ayaw man niyang aminin ngunit parang mas nais na niya ngayon ang presensya ni Jarren.

Sa mga nakalipas na buwan ay naging maayos na ang pakikitungo niya kay Jarren; nakalimutan na nga rin niya na nagpapanggap na lang sila kaya minsan ay totoong lumalabas ang nararamdaman niya rito.

"Ingat ka," bilin niya kay Jarren nang hapitin siya nito sa bewang upang mariing halikan sa labi at sunod muli ay sa noo.

"I love you," anito na parang naging musika na sa tainga niya.

"I love you, too," saad niya na dahilan ng pagkatulala at gulat ni Jarren ngunit bumuntong hininga ito nang maalala kung nasaan at ano sila.

"Oh, yeah. Acting nga pala," mapait na bulong ni Jarren habang nakayuko.

Ngumisi siya; ilang gabi na niya itong pinag-iisipan at naniniwala siyang baka nga ito na ang tamang oras para sabihin ito kay Jarren.

"I mean it, I mean it, Jarren," nakangiting saad ni Astrid saka inilagay ang kamay sa isang pisngi ni Jarren upang magtama ang paningin nila.

Napalunok si Jarren at napakurapkurap.

"W-what?"

"I said I love you, and I mean it. Let's get married—"

"Fuck," mahinang mura ni Jarren at mabilis siyang niyakap ng mahigpit sa kabila ng ilang empleyadong nasa paligid.

"I'm so damn happy, are you serious, Astrid? You'll marry me? Because of love and not because of our grandfather's promises?"

Tumango si Astrid ng nakangiti. "Then let's get married already; this is my dream. Astrid, you don't have any idea how this fucking made me so happy," hindi makapaniwalang saad ni Jarren.

"Thank you, God," ani pa ni Jarren habang nakatingala. Muli siyang niyakap ni Jarren saka paulit-ulit na bumulong kung gaano siya nito kamahal. Naging mabilis ang lahat.

Noong una ay nagtataka pa ang mga magulang nila dahil ilang buwan pa sana bago ang kanilang kasal, ngunit nakapagdesisyon na sila ni Jarren na kahit hindi ganoon kaengrande ay ayos lang, ngunit dahil masaya at mapilit ang kanilang mga pamilya ay pinagalaw nito ang mga koneksyon at pera para lang mapadali ang proseso at maikasal pa rin sila sa simbahan.

"I do, father," aniya habang nakangiti nang tanungin siya ng pari. "Through the power that is vested in me, I may now pronounce you husband and wife." Naiiyak si Jarren nang tanggalin nito ang belo na nakatakip sa kaniyang mukha; inaasar ito ng ilang kaibigan, ngunit tila walang naririnig si Jarren.

"Mahal na mahal kita, Astrid, kung alam mo lang," ani Jarren bago siya nito niyuko upang mahalikan sa labi. Nagpalakpakan ang mga tao sa gitna ng halikan nila, nang humarap sila sa mga bisita ay nakangiti ang mga ito, lalo na ang best friend niyang si Mika na siyang kinuha niyang maid of honor. Ilan sa mga bisita nila ay mga kasosyo sa negosyo ng kanilang mga magulang kaya naman hindi na siya nagulat pa nang mag-usap ang mga ito tungkol sa negosyo.

"Nice strategy to broaden the Angeles Corporation and Juarez Holdings."

"Mr. Hernandez, this is not just about that; this is also for the promise of Attorney Angeles Sr. to Engr. Juarez Sr. when they were still alive, kung hindi ko pa naikuwento sa inyo," ani ng kaniyang ama. Kasal niya ito, ngunit trabaho pa rin ang pinag-uusapan ng kaniyang ama kasama ang ibang kalalakihan.

Napailing na lang siya bago pinuntahan ang ibang bisita upang batiin.

"Are you ready for our honeymoon, love?" Tanong ni Jarren nang maramdaman niyang nagpatak ito ng munting mga halik sa balikat niya dahil suot lang niya ngayon ang isang manipis na strapless na silky dress bilang pantulog nang bigla niyang maalala na honeymoon nga pala nila ngayon at narito sila sa pinatayong bahay ni Jarren.

"I'm not yet ready," aniya dahil natatakot sa maaring mangyari at ito ang unang gabi nilang mag asawa. Huminto sa paghalik sa kaniyang balikat si Jarren at imbis ay niyakap na lamang siya.

"It's okay, we can do it some other time," ani Jarren na ikinabigla niya.

Ang akala niya ay magagalit ito o kaya ay pipilitin siya, ngunit hindi ganoon ang nangyari kaya naman napangiti siya at hindi na napigilan ang sariling halikan si Jarren.

"Nah, let's do it na, I want you," aniya at nang balingan niya si Jarren ay nakitaan niya ng kakaibang liyab at pagmamahal ang mga mata nito.

"Are you sure?" paninigurado ni Jarren, napalunok ito bago bumaba ang tingin sa labi niyang bahagyang nakaawang.

"Yes," nakangiting tumango si Astrid at hindi bumilang ng segundo nang maglapat ang mga labi nila.

Wala nang pagtitimpi ngayon ang galaw ng labi ni Jarren sa kaniya at nagsimula na rin ang mga kamay nitong maglikot sa iba't-ibang parte ng katawan niya hanggang sa ibaba na nito ang suot niyang strapless na dress.

"I love you, Astrid. Noon pa," ani Jarren na nakapagpangiti sa kaniya.

Nang gabing iyon ay buong pusong binigay niya ang lahat kay Jarren; sigurado siya sa nararamdaman kahit bago pa lang ito sa kaniya. May tiwala rin siya sa nararamdaman ni Jarren at wala nang mahihiling pa. Sa loob ng halos ilang buwan matapos ang kasal ay hindi nagbago si Jarren; bagkus ay mas naging malambing at maalaga pa nga ito.

Katulad ngayon, nag-aayos siya ng kanilang damitan nang bumukas ang pinto at pumasok si Jarren, may dalang meryendang mga egg pie.

Nang maibaba nito ang pagkain sa lamesa ay agad itong yumapos sa kaniya mula sa likod.

"Astrid, you love me, right?" Jarren whispered from behind.

"Oo naman, why? You're doubting my love for you?"

Umiling si Jarren ngunit ramdam niyang ngayong gabi ay may kakaiba rito, tila may pangamba na hindi niya alam kung saan nagmumula.

"Jarren, I know we didn't start well, but my feelings for you were real even if they're new," she said as she faced Jarren, whose eyes were dim.

"I believe you and I love you," anito na nakapagpainit ng puso niya.

Ngayong nasa iisang bubong na lang sila, mas madali na ang paghahatid-sundo sa kaniya ni Jarren sa trabaho; palagi na silang magkasama sa tuwing lalabas at mamalengke o 'di kaya ay bibili ng bagong furniture sa bahay. Walang paltos, pagkatapos ng buong araw ay pinagsasawaan nila ang katawan ng isa't-isa, wala siyang reklamo dahil gusto niya ang pakiramdam na iyon tuwing mapag iisa ang katawan nila.

Nasa trabaho siya ngayon at kaharap ang laptop nang mag-ring ang cellphone niyang nakapatong sa ibabaw ng lamesa. Nang makitang mommy niya ang tumatawag ay agad niya itong sinagot.

"Yes, my?"

"Anak, we will have dinner later with the Juarez family. Dumating ang kapatid ni Jarren, si Warren!"

Natigilan siya dahil hindi pa ito nababanggit sa kaniya ni Jarren.

"Oh?"

"Yes, hindi pa ba nababanggit sa'yo ng asawa mo? Finally, after a few months, makikita na ulit kita, anak. Anyway, I'm busy at the moment, so see you later," ani ng kaniyang ina bago binaba ang tawag.

Nabigla man ay muli niyang binalik ang atensyon sa trabaho. Baka abala lang si Jarren kaya hindi ito nasabi sa kaniya.

Nang maghapon ay sumundo na sa kaniya si Jarren. "Love, we'll have a family dinner tonight; sorry, ngayon ko lang nasabi," anito.

"Yeah, I heard about it from Mom."

Bumuntong hininga si Jarren. "Warren's there."

"And?" nakataas ang isang kilay na tanong niya.

"You liked him before."

"But I love you now. And that's what's important," aniya saka hinawakan ang isang kamay ni Jarren. Nang makarating sila sa hapag ay naroon na ang mga magulang nila, maging si Warren, at mukhang sila na lang ni Jarren ang hinihintay.

"Nandito na pala ang mag-asawa, kumusta naman kayo, hija? Jarren?" tanong ng ina ni Jarren sa kanila sa gitna ng pagkain.

"We're absolutely fine, my," ani Jarren at hinawakan ang kamay niya sa ibabaw ng lamesa.

Ngumiti siya sa mga magulang; marami pa silang napag-usapan sa hapag, ngunit batid niya ang paminsan-minsang tinginan ni Jarren at kapatid nitong si Warren na tila ba nag-uusap ang mga ito sa pamamagitan ng kanilang mga mata.

"Oh, bago kayo umalis. Magdala kayo ng binake kong banana cake, Astrid," saad ng ina ni Jarren kaya naman sumama siya rito patungong kusina.

"Sure po, thank you po, mom," nahihiyang aniya ngunit matamis na ngumiti lang ang ina ni Jarren.

"Mauuna na rin po kami," aniya bago bumeso.

"Sure, ingat kayo ha."

Tumango siya at binalikan na si Jarren sa sala ng bahay, ngunit bago pa man siya makapagsalita upang tawagin na si Jarren ay nahinto ang mga bibig niya sa ere nang marinig ang pinag-uusapan ng mga ito.

"Now, I know the reason why you pushed me away, kuya. You married her."

"So? I love her."

"As far as I know, sa akin siya may gusto—"

"Noon 'yon, mahal na ako ni Astrid ngayon, don't even get in the way, Warren."

"Tsk, paano kung malaman niyang hindi naman talaga ikaw ang para sa kaniya? Alam mo 'yon, kuya. Alam mong ako ang dapat na ikakasal kay Astrid, pero anong ginawa mo? Pinagpilitan mo kila Mommy na mag-aral ako sa ibang bansa, at gumawa ka pa ng kuwento na sa'yo may gusto si Astrid kaya naman ikaw na lang ang ipakasal sa kaniya?"

Napasinghap si Astrid doon, at dahil sa gulat ay naibagsak niya ang hawak na cellphone, dahilan ng paglingon ng dalawang magkapatid sa gawi niya.

Nakaawang ang labi niya at malaki ang mga mata habang nakatingin sa mga ito. Nang magtagpo ang mga mata nila ni Jarren ay nabasa niya agad ang takot sa mga mata nito.

"What is the meaning of this…" lumapit sa kaniya si Jarren, ngunit humakbang siya papalayo rito.

"Don't come near me, Jarren," mariing sambit ni Astrid.

"Astrid, let's talk about it at home, please? Mag-uusap tayong mag-asawa sa bahay, come on, love."

Parang kumikirot ang puso niya dahil sa mga narinig. Mahal niya si Jarren, ngunit ang ginawa nitong pagsisinungaling sa kaniya ay nakabubuhay ng galit sa puso, na tila ba pinaglaruan siya.

Unti-unting nanggilid ang mga luha niya nang biglang dumating ang ina ni Jarren dahil sa pagtataka na narito pa sila. Nang napansing umiiyak siya ay lumapit ito sa kaniya.

"Astrid, why are you crying? What's happening?"

Walang nais magsalita noong una ngunit kahit panandaliang katahimikan ang namayani, nang basagin iyon ni Warren.

"Mom, she already knows everything," saad ni Warren.

Mas lalo tuloy na tila ay sumikip ang dibdib niya lalo na nang mataranta ang ina nila Jarren. Alam din nito na hindi talaga si Jarren ang dapat na mapapangasawa niya.

"You should go home and talk about this at home, pag usapan niyo itong mag asawa, Jarren, take your wife," anito.

Umuwi sila sa bahay ngunit hindi niya kinikibo si Jarren. Hanggang makarating sila sa sariling kuwarto ay nakasunod ito, naghihintay na bigyan niya ng atensyon.

"Astrid… Can we talk?"

Hindi niya ito pinansin hanggang sa makarating sa banyo at mabilis na naligo. Naghihintay pa rin doon si Jarren.

"Love…" bumuntong hininga ito.

"Gusto kong malaman mo na hindi ako nagsisi na ginawa ko iyon dahil—"

"Really? Hindi ka nagsisisi, Jarren? From the start alam mo na hindi ikaw ang gusto ko!"

Dumaan ang sakit sa mga mata ni Jarren.

"Alam ko, that's why I made him go away."

"Why?" paos na tanong niya.

"Because I want you to fall for me, I want you for myself."

Astrid gasped.

"You're selfish! You... you tricked me into marrying you! Kaya pala ang lakas-lakas ng loob mong ayain akong maging trial boyfriend ka, you already know what's going to happen! And I'm so stupid para mahulog sa patibong mong 'yon!"

"I did that because I have loved you since then," nakayukong sambit ni Jarren.

"Bullshit, Jarren."

"Why? Ngayon bang dumating na si Warren, ayaw mo na sa'kin? Are you going to request an annulment now?"

Mahina ngunit ramdam niya ang lungkot at sakit sa boses ni Jarren.

"What if I said yes?"

Nanggilid ang mga luha sa mata ni Jarren pinipilit lunukin ang lahat ng masasakit na salitang sinasabi niya.

"I don't want it... but if you really want to, I will."

Napalunok siya saka tumango.

"Good, because I won't even think twice leaving you," she said before storming out of the room.

ILANG LINGGO ang nakalipas, umalis si Astrid at nanatili muna sa puder ng kaniyang mga magulang.

Noong una ay akala niya ay magagalit ito at pababalikin siya kay Jarren, ngunit nanibago siya dahil hindi ganoon ang nangyari.

"Esmeralda told me what happened, anak," ani ng kaniyang ama nang tumungo ito sa kuwarto niya isang gabi.

Si Esmeralda, ang ina ni Jarren at ang kaniyang mother-in-law.

"I don't want to talk about it, Dad," aniya.

"But it's been almost a month. Astrid, I know sometimes I forgot to be a father to you, a caring one, a loving one. I've been too busy with securing your future. And I know I don't have the right to lecture you about things I lack knowledge about, but... anak, you have to move forward. I'm sorry for pushing you into this marriage even if you clearly told us that you dislike Jarren. Gusto ko lang tanungin, anak, mahal mo ba si Jarren?"

Nanggigilid ang mga luha sa mga mata niya nang maalala si Jarren at ang mga naging ala-ala ng samahan nila, kung paano siya nito alagaan at palaging unahin sa lahat ng bagay. Kung paano siya nito minahal ng sagaran simula pa noon.

"Because if you don't love him, we can pull some strings to—"

"I love Jarren, Dad; I'm just mad because of what he did, but I love him. I don't see myself marrying other men other than him," putol niya sa sinasabi ng ama.

Bumakas ang gulat sa mga mata nito ngunit kalaunan ay ngumiti rin.

"Then, you should talk to him now, anak. Ayusin niyo ito dahil sa pagkakaalam ko ay lugmok ang asawa mo sa sarili niyang bar at ilang gabi na ring hindi kumakain at natutulog, madalang din kung pumasok sa trabaho."

Nangunot ang noo niya at biglang dumaan ang pag-aalala sa mukha.

"Uuwi na po ako, Dad. I think we really need to talk."

Handa na siyang ayusin ang lahat ngayon nang tila biglang bumaliktad ang sikmura niya pagkaalis ng kaniyang ama. Pababa na siya ng kanilang hagdan nang magulat dahil naroon si Warren na tila hinihintay siya.

"What are you doing here?" tanong niya kay Warren.

"I'm here to talk about my brother—"

"You don't have to defend Jarren anymore; I love him already, and I'm willing to forgive him—"

"He got into an accident; nalaglag ang kotse niya sa bangin dahil sa pagdadrive ng lasing."

Tila umakyat ang dugo sa buong mukha ni Astrid nang marinig iyon, lumakas ang kabog ng dibdib niya dahil sa pag-aalala, at hindi na siya tumanggi nang mag-alok si Warren ng sasakyan.

Palihim siyang nagdadasal sa isip na sana ay maayos lang ang kalagayan ni Jarren, nang makarating sa hospital ay bumung sa kaniya ang mga nag aalang mukha ng mga magulang ni Jarren.

Sinundan niya ang tinitignan ng mga ito at hindi na niya napigilang mapahagulgol nang makita ang tuwid na linya sa monitor na tila nagsasabing wala na siyang babalikan pa.

"Jarren? Jarren!" sigaw ni Astrid bago naging madilim ang kaniyang paligid.

"SA IBANG bansa ka na mag-aral at mag-masteral, Warren," ani Jarren sa kapatid habang kumakain silang pamilya, isang tanghali.

"Kuya, hindi ko na mabilang kung ilang beses mo nang sinabi 'yan."

"Just do it; it's for your own good," said Jarren, his voice firm.

Alam niya sa sarili niyang bukod sa magandang kalidad ng edukasyon sa ibang bansa ay iba pa ang dahilan niya kung bakit nais niyang umalis si Warren.

"Uh, tita, I haven't seen Warren. Umalis po siya?"

Napangiti siya nang marinig ang malambing na boses ni Astrid isang nang pumunta ito sa bahay nila.

Mula sa kusina ay dala niya ang tasa ng kape upang lumabas at matunghayan ang babaeng kinahuhumalingan niya, si Astrid Athena Angeles.

"Uuwi na lang po ako, tita—"

"Stay."

Kaya naman napalingon sa gawi niya si Astrid. Agad na bumusangot ang mukha nito nang makita siya; sanay na siya kay Astrid, palagi itong iritado sa kaniya, ngunit mas nais niya iyon kaysa hindi siya nito mapansin.

Alam niya ang tungkol sa kasunduan na pagpapakasal nila Warren at Astrid kaya naman lahat ay ginawa niya upang makuha niya ang atensyon ni Astrid.

Ang plano? Kailangan mahulog ang loob ni Astrid sa kaniya sa loob ng ilang buwan niya bilang trial boyfriend. Kaya naman nang pumayag si Astrid ay may maliit na pag-asang umuusbong sa kaniya na baka sakaling magawa niyang kuhanin ang atensyon at puso nito mula sa kapatid.

"I love you, Astrid." Iyon ang palagi niyang sinasabi sa tuwing ihahatid niya si Astrid; natitigilan ito sa sinabi niya ngunit hindi naman na ito nagtatanong pa. Ang alam ni Astrid ay akto lamang ang ginagawa nilang relasyon, ngunit para kay Jarren, higit pa ito roon.

Sa isip niya, kung hindi sa kaniya mahuhulog si Astrid, ay ayos lang at least ay naging girlfriend niya ito; naalagaan niya si Astrid sa parang alam niya at sa pagmamahal na mayroon siya. Kaya naman halos magtatalon siya sa tuwa at mura nang umamin si Astrid na mahal din siya nito.

"I love you, too. I mean it, Jarren. Let's get married."

Pakiramdam niya ay nasa panaginip siya dahil sa sinabi ni Astrid, nagbunga ang pagpupursigi niya sa damdamin ni Astrid, at mas lalo pa siyang lumundag sa tuwa nang ikasal sila at tumira na sa iisang bahay.

Gabi-gabi siyang nakangiti bago matulog dahil malaya na niyang mahalikan at mahalin si Astrid ngayon nang walang pagpapanggap at pag-aalinlangan.

Makapal ang mukha niya at walang kinatatakutan maliban sa isang bagay—ang iwan siya ni Astrid.

At nangyari nga ang pinakakinakatakot niya nang marinig nito ang pinag-uusapan nila ni Warren noon; ang lahat ng masayang araw niya ay naglaho na parang nagising na siya mula sa isang panaginip, lalo na nang marinig niya ang sinabi nito. He got into an accident, pero siguro nga matagal pang mamatay ang mga masasamang damong katulad niya, dahil malakas at buhay pa siya ngayon habang nakatingin kay Astrid na malaki na naman ang tiyan ngayon.

"Jarren! Where are you? Ang sabi ko paliguan mo si Jeyden, diba?"

"Mahal, narito ako, naligo na si Jeyden saka natutulog na rin sa kuwarto."

Kumalma ang mukha ng buntis niyang asawa; ngumuso ito bago lumapit sa kaniya saka yumakap.

"Ganda naman ng asawa ko," bulong niya, ngunit imbis na magpasalamat ay kinurot lang siya ni Astrid saka nagsumiksik sa kaniyang leeg.

Napagtantong… wala na talaga siyang mahihiling pa sa buhay.

About the Author

Esotericemerald

Esotericemerald is an education student and also works as an audiobook book writer. She's the kind of person who can be sometimes distant and silent but can also be talkative and energetic at times. Moreover, she loves music, it doesn't distract her from reading, writing, or doing other chores, besides it helps her mind to be calm. As her imagination broadened because of reading different stories, she aspires to write because she finds solace whenever she creates a world of her own based on her imagination.

She created characters that she usually observed based on the people around her, and her past, she poured her feelings through writing. She knows hard is an understatement to describe how to be a published author but she hopes she can, as long as she believes in herself, her abilities, and her purpose, she believes that everything is possible as long as God's will.

www.ingramcontent.com/pod-product-compliance
Lightning Source LLC
LaVergne TN
LVHW041638070526
838199LV00052B/3432